லிங்க விரல்

வேல் கண்ணன்

யாவரும்
பப்ளிஷர்ஸ்

The views and opinions expressed in this book are the author's own. The facts contained herein were reported to be true as on the date of publication by the author to the publishers of the book, and the publishers are not in any way liable for their accuracy or veracity.

- லிங்க விரல் ● கவிதை ● வேல் கண்ணன் © ● முதல் பதிப்பு : ஜனவரி 2023
- Liṅka viral ● Poetry ● Vel Kannan © ● First Edition : January 2023
- Pages : 90 ● Price : ₹ 110/-
- ISBN : 978-93-92876-28-8

Released by :

M/s. Yaavarum Publishers
24, Shop no - B, S.G.P Naidu Complex,
Dhandeeswaram Bus Stop
Opp: Bharathiar Park
Velachery Main Road
Velachery, Chennai - 600 042

90424 61472 / 98416 43380
editor@yaavarum.com
Url : www.yaavarum.com; www.be4books.com

Designed by :
Y Creations

மெய்த்திருத்தம்: கமலாலயன்

ஆசிரியர் நிழற்படம்: சீனிவாசன் நடராஜன்

All rights, including professional, amateur, motion pictures, recitation, public reading, broadcasting and the rights of translation into foreign languages are strictly reserved. No part of this book may be reproduced in whole or in part or utilized in any form or by any means electronic or mechanical, including photocopying, recording or by any information storage and retrieval system now known or hereafter invented, without the prior written permission of the author/publisher.

கவிஞர் சாகிப்கிரான் அவர்களுக்கு..

நன்றி

தி இந்து தமிழ்

சஞ்சிகை

சொற்கள்

புரவி

க்ளைமேட்

கல் குதிரை

அம்ருதா

கல்கி

தமிழ் வெளி

ஆனந்த விகடன்

INSIGHT

வாசக சாலை

அடவி

யாவரும்

வெட்சி

நிலவெளி

படைப்பு

திணைகள்

நகர்வு

ஸ்ருதி டிவி

All India Radio

வாருங்கள் படைப்போம்

முகில் நிலா 'எசப்பாட்டு'

மதுமிதாவின் 'காற்றுவெளி'

எது இங்கு நித்தியத்துவம்?

கவிதை சாஸ்வதம், கவிதை நிம்மதி

கவிதை சார்ந்த புரிதல் என்பது அவரவருக்கு ஏற்றாற் போல மாறும் என்பதை நாமறிவோம். கவிதை, கவிதை சார்ந்து என்னுடைய புரிதலை இங்கே பகிர்ந்து கொள்கிறேன். இது இந்த நேரத்திற்கான என் அளவிலான புரிதலே.

சில பொழுதுகளில் நானும் சொன்னதைத் திரும்பிப் பார்க்கலாம். கடலில் காணமல் போவது குறித்து நீங்கள் ஏதேனும் அபிப்பிராயங்கள் வைத்திருக்கிறீர்களா? கடல் என்பது ஒரு குறியீடு. இசையில் கரைந்து போதல், காதலில் உருகுதல், அன்பில் ஒழுகல், தியானம், தரிசனம் போன்ற ஏதோ ஒன்றில் ஆட்பட்டு நாம் தொலைந்து போதல்.. எனக்கு இப்படியாகத் தோன்றும். காணமல் போவது என்பது, மனித அளவுக்குள் கட்டுப்படுத்திக் கொள்ளாத பிரபஞ்ச வெளிக்குள் நாம் என்னவாக இருக்கிறமோ அதுவாக ஆவது அல்லது கரைந்து போவது. இல்லையென்றாலும் ஸ்திரத்தன்மையுடன் இருக்கிறோமா என்ன?

கால அளவினை நீடித்துக் கொள்ளமுயல்கிறோம். அதில் தோற்றுக்கொண்டே நீடித்து விட்டதாக நம்புகிறோம். உண்மையில் நாம் பிரபஞ்சத்தின் போக்கில் நேரிசையில் தான் செயல்படுகிறோம், எழுதுகிறோம், படிக்கிறோம், பாடுகிறோம், மற்ற எல்லாமே செய்கிறோம், ஆனாலும் மறுக்க முடியாதது என்னவென்றால், எந்த நேரத்திலும் திரும்பப் பெற்றுக்கொள்ளும் சாத்தியக்கூறுகளுடன் பிரபஞ்ச வரைவின் நியதிக்குட்பட்டே செயல்படுகிறோம் என்பதே.

பேரமைதியாக இருக்கும் கடல், ஆழிப்பேரலைகளையும் வெடிக்கும் எரிமலைகளையும் தன்னகத்தே கொண்டிருக்கிறது. தேவையும் அவசியமும் கருதியே தன்னைத் தக்க சமயங்களில் வெளிப்படுத்திக் கொள்கிறது.

கடலில் சிறுகடல், பெருங்கடல் என்றெல்லாம் இல்லை. கடல் என்றால் கடல். மனித வாழ்வும் தன் இருப்பை கலையும் கலை சார்ந்தவற்றை காலம் கருதியே வெளிப்படுத்துகிறது. கடலெனும் கலை, கடலெனும் இலக்கியம், கடலெனும் கவிதை, கடலெனும் நாம் கடலெனும் நான்.

***

இசை, ஓவியம், கவிதை என்பது மும்முனைகளும் ஒன்றுடன் ஒன்று ஈர்க்கக்கூடியதாக, தன்னுள் ஓயாமல் இயங்கிக் கொண்டிருக்கும் உந்து சக்தியைக் கொண்டுள்ள முக்கோண வடிவமுடையது என்றே எண்ணுகிறேன். முறையாக, இசையை உருவமாகப் பார்க்க நினைத்தால் அது மெய்சார்ந்த, மெய்சாரா ஓவியங்களாகவும் இசையை வார்த்தைகளாக வாசிக்க வேண்டுமென்றால், அக, புற எல்லைகளை சமன் செய்யும் அல்லது குலைக்கும் கவிதையாகிறது, கவிதையின் உள்ளொளி தேடல், நாமே கரைந்து போகும் இசையாகவும் கவிதையின் மௌனம் ஓவிய வண்ணங்களின் தீற்றலாகவும் இருக்கிறது. ஓவியத்தின் குரல், வண்ணங்களின் தேர்வும் கூட்டுக்கலவையும் போல வார்த்தைகளின் கூடுதலும் மொழியின் செறிவில் கவிதையாகவும் ஓவியத்தின் முகம் இசையின் சங்கேத வார்த்தைகளாகவும் குறியீடாகவும் இசைக் கருவிகளின் தேர்வாகவும் உருக்கொள்கிறது. ஆதலினால், ஆதியில் ஒரு சொல் இருந்தது. அதுவே சப்தமிடும் இசையாகவும். உருவத்தில் ஓவியம் அல்லது சிற்பமாகவும் அமைகிறது. கவிதை, இசை, ஓவியம் என்பது தனித்த வகைமைகள் அல்ல எல்லாம் ஒன்றே என்ற தத்துவத்தை உணர்த்துகிறது.

***

வளர்ச்சி என்ற பெயரில் பலவற்றையும் விட்டு நகர்ந்து விலகிக் கொண்டிருக்கிறோம். விடுபட்டவை, தவறவிட்டவைகளாகக் கருதிய நொடியில், நம் மீது ஆக்கிரமிப்புச் செய்யும் மின்னணுக் கருவிகளின் அகோர முகம் தெரிகிறது. விட்டு விலக வழியேதும் இல்லை. சூழ்நிலைக் கைதியான சமயத்தில், சூழலியல் குறித்துச் சிந்திக்கத் தொடங்குகிறோமா என்று ஆதங்கபடுகிறேன். இதை நிரூபித்த கொரானா தொற்று சரியான உதாரணம். பலருக்கும் வாழ்வாதாரத்தைத் தொலைத்து, சட்டென்று கீழே தள்ளப்பட்ட நாட்கள் அவை. அன்றைய இருப்பு, எதிர்காலம் நோக்கிய பல கேள்விகளுடன் பயப்படவைத்த சூழல், அந்த நாட்களிலும் பெரிய அளவில் லாபம் ஈட்டிக் கொள்ளும் ‘முதலாளிகளை’ என்ன சொல்வது?

எதிர்பாரா அம்மாவின் இறப்பு, தினந்தோறும் பார்க்கும் சாவுகளின் எண்ணிக்கை, நெருங்கிய நண்பர்கள் அவர் தம் உறவுகளின் பாதிப்புகளும் இழப்புகளும். வெளியே வந்து வானம் நோக்கிப் பெருமூச்சு விடுவதற்கும் அஞ்சிய நாட்கள், அரிதான பறவைகளின் வருகை மற்றும் சப்தங்கள், ஒரு நாள் மழைக்கே, சில நாட்கள் நீடித்த குளுமை, தேவையற்ற மன அழுத்தம். படபடப்பு என்று பலவும் சொல்லிச் செல்லலாம். இதனின் தாக்கத்திலும் சில கவிதைகள் எழுதினேன். அதிகம் வாசிக்கவும் திரைப்படங்கள் பார்க்கவும் வைத்த நாட்கள் தொற்றுக் காலம்.

***

கடந்த ஆறேழு வருடங்களாகக் கவிஞர் சாகிப்கிரானுடன் நடந்த உரையாடல், கவிதையின் பக்கம் காத்திரமான பார்வையை அனுபவத்தைச் செலுத்த வைத்தது. அவரின் கலை, இலக்கியம் குறித்த பார்வைகளையும், பகிர்வுகளையும் கேட்கவும் கவனிக்கவும் விவாதிக்கவும் செய்வேன். இந்த உரையாடலில் கவிஞர் ந.பெரியசாமியும் கலந்து கொள்வார். நாங்கள் பல கேள்விகளை எழுப்பிக் கொண்டிருப்போம் வேதாளங்கள் போல. விக்கிரமாத்தியன் கணக்காகப் பொறுமையாகப் பதில் சொல்லிக் கொண்டிருப்பார். திரும்பத் திரும்பக் கேட்கப்படும் கேள்விகளுக்கு இந்த நிதானத்தைக் கடைப்பிடிப்பது சாகிப்பின் இயல்பு. சாகிப்புடன் நடைபெற்ற உரையாடல் அனைத்தும் மறக்க முடியாதவை. இந்த தொகுப்பு அவரின் செம்மையாக்கத்திலேயே வெளி வந்திருக்கிறது என்று சொல்வதில் மகிழ்வும் பெருமையும் கொள்கிறேன். கவிஞர் சாகிப்கிரான் அவர்களுக்கு நன்றி.

எது குறித்தும் உடனுக்கு உடன் நான் பகிர்ந்து கொள்ளும், எழுதியவுடன் எழுதியது சரி என்ற எண்ணம் வரவே கூடாது என்பதில் சமரசம் செய்து கொள்ளாத நண்பர், கவிஞர், ‘கடைசி பெஞ்ச்’ ந.பெரியசாமிக்கு நன்றி.

***

நேசமித்ரனின் கவிதைகளும் கவிதைகள் குறித்து அவரின் பார்வையும் ஆழ்ந்த ஒரு சிந்தனைப் பயணத்தை என்னுள் ஏற்படுத்தும். மனித இயல்பில் ஒன்றான புனைவு, படைப்பு என்கிற தளத்திற்கு நகர்த்திச் செல்லும் குறளி வித்தை அல்லது Processing method பற்றிய பெரும் உரையாடலை என்னுடன் பல முறை நிகழ்த்தியிருக்கும், தற்காலக் கவிதைகள் மீது கவனம், அக்கறை, ஈடுபாடு கொண்டிருக்கும் அதே சமயத்தில் கவிதைகள் குறித்த உரையாடல் இன்னும் விரிவாகப் பேசப்பட வேண்டும் என்ற பெரும் தாகம் கொண்ட ஒற்றைக் காட்டு யானை போல இருக்கும் கவிஞர் நேசமித்ரன், இந்த தொகுப்பு பின்னட்டைக் குறிப்புத் தந்தது பெரும் மகிழ்ச்சி. நன்றி கவிஞர் நேசமித்ரன்.

***

கவிதைக்காரன் இளங்கோவும் நானும் அலைபேசியிலோ, சந்திக்கும் வேளையிலோ அப்போது வாசித்த புத்தகம் குறித்து அல்லது பார்த்த திரைப்படங்கள், வெப் சீரிஸ் குறித்துப் பேசத் தொடங்குவோம். எழுத்தில், கவிதையில் காட்டும் கறார்த் தன்மையைப் பார்த்த திரைக் காட்சிகளில் காண்பிக்கமாட்டார். இந்தத் தருணத்தில் கருத்து

வேறுபாடுகள் இருந்தாலும் மீச்சிறு விலகலும் இன்றி விவாதித்துக் கொள்வோம். கவிதைகளில் மௌனத்தையும் விசாரணைகளையும்

படைப்புகள் மீதான செம்மைப்படுத்தும் பணியையும் தொடர்ந்து செயல்படுத்தும் கவிதைக்காரன் இளங்கோ விற்கு நன்றி.

***

தமிழகத்தின் ஓவியங்கள், கலாச்சார, மரபு இயைந்த, மீறிய ஓவியங்கள், காமிக்ஸ், கிராஃபிக் நாவல்கள், வெப் சீரிஸ், சூப்பர் பவர் ஹீரோ சீரிஸ் பற்றிய புரிதலை எழுத்தின் வழியாகவும் உரையாடலின் வழியாகவும் என்னுடன் நிகழ்த்திய நண்பர், எழுத்தாளர் ஜீவ.கரிகாலனுக்கு நன்றி.

இது தவிர்த்து திரு. பாலசுப்ரமணியன் குப்புசாமியின் கலைப்படைப்பு மீது மிகுந்த ஈடுபாடு, ஆர்வம், விருப்பம் உண்டு. அவரின் பலவிதமான வேலைப் பளுவிற்கிடையில், நேரம் ஒதுக்கி ஓவியங்கள் தந்தமைக்கு பேரன்பும் நன்றியும்.

ஜீவ.கரிகாலனுக்கும் எனக்குமிடையில் ஏற்படும் சச்சரவுகள், சண்டைகள், உணர்வெழுச்சி பேச்சுகளுக்கு இடையில் ஒரு மௌனித்த புன்னகையுடன் எங்களிருவரையும் சகித்துக் கொள்ளும் கண்ணதாசனுக்கு நன்றி. தொகுப்பினை வடிவமைப்புச் செய்த கோபு ராசுவேலுக்கு நன்றி. மெய்திருத்தம் செய்த தோழர் கமலாலயனுக்கு நன்றி.

என் கவிதைகள், செயற்பாடுகள் குறித்து அக்கறையுடன் கவனம் கொண்டு அவ்வபோது பேசும் பாக்கியம் சங்கருக்கு நன்றி.

***

முகநூல் பதிவில் ஆரம்பித்து, கதை, கவிதை குறித்த பார்வைகள், விவாதங்கள், விமர்சனங்கள் என்று நீண்டு ராஜாவின் இசையாகப் பறந்து, வேறொரு தேசத்து மரக்கொப்புகளில் சென்று அமரும் உரையாடல்கள். சக மனிதர்களின் இயல்புகளை அபத்தங்களைப் பற்றிய புரிதலுடன் பகிர்ந்து கொள்ளும் அன்புத் தோழி, கவிஞர் தேவசீமா அவர்களுக்கு நன்றி,

***

அதிக நாட்கள் சிறு சிறு பயணங்களை மேற்கொள்வோம். அந்த நேரத்தில், சமீபத்தில் வெளி வந்திருக்கும் படைப்புகள் குறித்த ஓர் விசாலமான பார்வை ஒப்பீடும் மொழியின் வளமையும் பகிர்ந்து கொள்ளும் அன்புத் தம்பி எழுத்தாளன் அகரமுதல்வனுக்கு நன்றி. இவனின் நிலம், மழை, கடல் தனித்துவமானது, ஓயாதது. என்னில் தாக்கம் ஏற்படுத்துவது.

***

என்னுடைய பல கவிதைகளையும் எதிர்பாரா நேரத்தில் ஆங்கில மொழியாக்கம் செய்த மொழிபெயர்ப்பாளர், எழுத்தாளர், கவிஞர் ரிஷி என்கிற லதா ராமகிருஷ்ணனுக்கு நன்றி. இந்த செயல் எழுதுபவர்களுக்குப் பெரும் உற்சாகத்தைத் தருவது.

***

கவிதைகளின் உள்ளடக்கங்களைச் சிதைக்காமல் ஆழ அகலங்களை அலசியபடி செம்மையாக்குவதில் எளிமையையும் சிக்கனத்தையும் தேவையற்றவற்றைக் கண்டறியும் பக்குவத்தையும் கொண்ட அன்புத் தம்பி எழுத்தாளர் நா.கோகிலனுக்கு நன்றி.

இந்த வேளையில், என்னுடைய எல்லா அபத்தங்களையும் தொல்லைகளையும் கிரகித்துக் கொள்ளும் என் குடும்பத்தினருக்கும் தோழமைகளுக்கும் நன்றி. யாவருக்கும் நன்றி.

தோழமையுடன்

வேல் கண்ணன்

31.12.2022
சென்னை கடலோரம்

என்னுயிர்த் தோழிக்கு இனிப்புப் பிடிக்கும்
எனக்குக் காரம் பிடிக்கும்
மகள் உவர்ப்பைச் சப்புக்கொட்டி ருசிக்கிறாள்
நண்பர் புளிச்சா கீரையை விரும்பி உண்கிறார்
சிலர் குடித்த காஃபியின் அடி நாக்கு கசப்பு
'அலாதி சுவை' என்பார்கள்

எல்லாருக்குமான உணவை எப்படித் தயாரிப்பது என்று
முயற்சித்துக் கொண்டிருக்கின்றேன் நெரூதா,
உங்களின் ரொட்டிகளைப் போல..

▼

முழுமையற்ற

நெளிந்த சொற்களுக்குள் மெனெக்கெட்டு
எப்படியோ மீனைப் பிடித்துவிட்டேன்
செதில் நீக்கம் செய்துகொண்டிருக்கையில்
பூண்டு, மஞ்சள், கல் உப்பைத் தயார் நிலையில் வைத்திருக்கிறீர்கள்
மீனை ஆய்ந்து கொண்டிருக்கும் போதே குழம்பைக்
கொதிக்க வைக்கிறீர்கள்
தூய்மையான துண்டாடிய மீன்களை உங்களிடம் தருகிறேன்
"தலைப்பிரட்டையை வைத்து என்ன செய்வது, மீன் எங்கே?"
இரக்கமில்லாத உங்களின் கேள்விக்கு
எதைக் கொண்டுவருவது?

தீவிரமாய் நிரப்ப
முயல்கிறேன் இரவினை
மது
புணர்ச்சி
நண்பர்கள் கூடுகை
இசை
நடனம்
நிலா பார்த்தல்
எரிந்த நட்சத்திரம்
கவிதை
முற்றிய நோயின் சுவாசிப்பு
இளமையின் நினைவுகள்
இயன்ற அளவுக்கு முயன்றேன்

இரவு நிரப்புதலின் அளவு
அதன் காலங்களில் புதைந்து
கிடக்கிறது

இராட்சதப் பறவையின்
ஓர் இறகு
இரவு
மற்றொன்று
இரவில்லாத மற்றவை

இரவை நிரப்புதல் என்பது
கொஞ்சம் கொஞ்சமாய்
நானே என்னைத் தின்னுதல்

▼

ரெண்டு நாளிலேயே தாலியறுத்த அத்தை புழக்கடையில்
செத்துக் கிடந்தாள்
அவள் சொன்ன கதைகள்
அத்தனை அழகானவை

அவள் கனவின் அழகிய பாம்புகள்
புழக்கடை வந்திருக்குமோ?

▲

*அ*லைகள் குறித்து
எனக்கொரு விகல்பம்

தவறவிட்ட
கோலிக் குண்டுகள்
தோட்டத்து அரும்புகள்
அம்மாவின் கடுங் காப்பி
ஆச்சியின் சீலை
'சரோஜ் நாராயண்ஸ்வாமி'
ஆண் பெண் மரப்பாச்சி
ஆலமரத்துத் தூளி
பீங்கான் ஜாடி உப்பு ஊறுகாய்
பழுப்பு ஓலைச்சுவடி
மதியத்தில் எப்பவாவது கேட்கும் மிதிவண்டி சத்தம்

தினமும் மேற்கூரை வந்தடையும்
புறாக்களிடம் கேட்டறிய வேண்டும்
ஆனால்
ஒரேயொரு முறை நிகழும் அற்புதங்களுக்குத்
தினமும் வரும் அவற்றிடம்
என்ன பதில் இருந்துவிடப் போகிறது

ஒருவேளை அவையும்...

சிலிர்ப்பு

உச்சந்தலையிலிருந்து உள்ளங்கால் வரை
குறுகுறு வென்று ஓடும் ஆயிரம் கால்கள்
தங்கு தடையின்றிப் பயணிக்கும் குறுவாள்
எதிரெதிராய்த் திகுதிகுவென்று பற்றி எரியும் போர் வாள்கள்

நீலவானம் நோக்கினேன்
ஒன்றுமில்லை
ஓர் அருவி
ஒரு நதி
ஒரு பெருங்கடல்
ஒன்றுமில்லாததை
ஒன்றாக்கிய ஓர்மையின்
தடமெங்கும் பெருகும்
களி

▲

தொன்மை

மடித்த பக்கத்திலிருந்து
நழுவிய கவிதையை
முடிவு வாசிக்கப்பட்ட புதினத்தின்
பாதி வாசித்த கதாபாத்திரம்
சிறுகதையாகச்
சட்டகத்துக்குள் தீட்டியது
சொல்லியதும்
சொன்ன முறையும்
முடிவின் தெளிவின்மையும்
பாத்திரங்களின் மனப்போக்கும்
காற்றின் பக்கங்களில் கேட்கின்றன
தெருப்பாடகன் தொடங்கினான்
'கவிதைகள் வரையறை அற்றவை
கதைகள் முடிவுறுவதில்லை
சாயல்களை விழுங்கும்
முடிவிலிப் பாம்புகள்'

▼

ஒரு குருடனுக்குப்
பேரொளியால் நிரம்பியிருக்கிறது பிரபஞ்சம்
ஒரு செவிடனுக்குத்
தீராத ஒலியால் நிரம்பியிருக்கிறது காலம்
சிறகின்றி முடிவுறாத பயணத்திலிருக்கும்
பறவையினுள் பெருகத் தொடங்கியிருக்கும்
விடுபடல் எளிய செயலன்று
பால்வெளியைத் திறக்கும் இரவு
மற்றுமொரு
பகலே

▲

அறையெங்கும்
காலியான மதுப் புட்டிகள்
தாள் குவியல்கள்
சிகரெட் பஞ்சுகள்
ரெனால்ட் நீலத்து வரிகளுடன் பழைய கேசட்டுகள்
பிசுக்கு நிரம்பிய சுவர்
அழுகிய வீச்சமும்
கருந் திட்டும் அப்பிக் கிடக்கும் தரை
எத்தப்பட்டுச் சுருண்டு ஓய்ந்த பாய்
கருங்கல் தலையணை

வெளியேறுவதற்கான
காரணங்கள் பலவிருந்தும்
ஒன்றில் நிற்கிற சகலமும்
ஒருக்களித்த கதவுக்கு அப்பால்
ஆர்ப்பரிக்கும்
கடலோசை

▼

லிங்க விரல்

உதிரிலைகளின் நடுவே
பழுக்கத் தொடங்குகிறது
ஒன்று

திறக்கப்படாத
அந்தக் குறுஞ் செய்தி
ஒரு வேளை
'பிரத்யேக அழைப்பொலி உள்ளவரிடமிருந்து..'
என்று
மனப்பட்சி நமைக்கிறது
'தொழில் நுட்பக் கோளாறாக இருக்கலாம்'
சமாதான நிழலாடுகிறது
அவ்வப்போது
பதிவுக் குரலைக் கேட்கிறேன்
என் பேச்சினைக் குறைத்திருக்கலாம்
காணொளி அழைப்பில்
நீ தவிர்த்த பார்வை
குறுந்தகவல்கள்
தரவிறக்க சுயமிகள்
தடயமின்றி அழிக்கவும்
தேய்ந்தலைகிறது
லிங்க விரல்
இன்னும்..

▲

குட்டி நிலா

தொடர்ந்த
பேச்சுக் குரல்கள் இடையே
கை கால்கள் அசைத்து
எச்சில் ஒழுக பொக்கைச்
சிரிப்பொலி

மண் பிளந்த விதை
பாறை உடைத்த தேரை
விண்வெளி விழுங்கிய நிலா

எங்கெங்கிலும் ஒழுகியது
அமிழ்து

ஒவ்வொருவர்க்கான
நூலிழை விலகல்
நட்சத்திரங்களின் இடைவெளி
மலை உச்சிகளுக்கான தூரம்
அலைகளுக்கு இடைப்பட்ட காலம்
ஸ்வரங்களுக்கு இடையேயான மௌனம்
வரிகளுக்கு இடையேயான தவிப்பு
தவிர்த்து,
வேறொன்றும் இருப்பதாகவே தோன்றுகிறது

▲

வளர்த்த
நந்தவனம்
தாங்கொணாப் புழுக்கம்
கிரகித்துக் கொள்கிறது
அத்துவானக் கானல் செடி

▼

ஊடுருவிச் சூழ்ந்து கொள்ளும் சூன்யம்
நினைவுகளை உருமாற்றிச்
சிறு அசைவிலும் மாய பிம்பங்கள்
உருவாக்கும் கலைடாஸ்கோப்
சொற்களைத் திரட்டிச் செய்த கூட்டில்
செழிப்புடன் வாழ்கிறது
மறதி

எப்போதோ ஓடிய நதியின் குளுமை
என் கன்னத்தில் நான் அழுத்திக் கொண்டிருக்கும்
கூழாங்கல்லில் தங்கியிருக்கிறது
இருத்தல்
அதனின் பொருட்டே நீள்கிறது
தேவை

ஓசையின்மை

ஓசையின்மை குறித்த அச்சம் வெகு ஆழம் நோக்கிச் செல்கிறது
நேற்று வரை வண்ணங்கள் குறித்த புரிதல்
கருப்பு வெள்ளைப் புள்ளிகளாகக் கரைகிறது
பயணங்கள் குறித்த கேள்விகள்
முன்பின் அறியாத பறவைகளின் சப்தங்களை கணக்கிட
வைக்கின்றன
நிரம்பியவை தளும்புகின்றன
தெளிந்தவை மக்குகின்றன
இருந்தவர்கள் பிடியும் மிஞ்சவில்லை
நம்பியவர்கள் பலமிழக்கிறார்கள்
நம்பாதவர்கள் சொர்க்கத்தின் கதவுகளைத் தேடுகிறார்கள்
உட்கொண்டவற்றின் பக்க விளைவுகள் கண்ணாமூச்சி ஆடுகின்றன

ஐந்தாம் நம்பர் படுக்கையின்
67 வயது முதியவர் அலைபேசி ஒலிக்கிறது
நேற்றுவரை..

▲

செக்கச் சிவந்த கருநீலம்
இளமஞ்சள் நெளி கானலுடன்
உடல் தழுவும்
உப்புக் கரிப்பில்
நின்றுவிடுகிறேன்

அணியாத சேலை மடிக்கும் அலைகள்
பறிக்கவியலா வெண்பூ விளிம்புகள்
எனைத் தீண்டியபடி

கடல் வானம்
இணை கோட்டைத்
தேடும் கண்களுக்கு
ஒரு விள்ளல் போதும்
நிலையாய் நிற்க

நிரந்தரமாய் வியாபித்திருக்கும்
கடலெனும் வானம் கடலெனும் இரவு
கடலெனும் நிலம் கடலெனும் அமைதி
கடலெனும் காற்று கடலெனும் தவிப்பு
கடலெனும் பெருமரம் கடலெனும் சிற்றிலை
கடலெனும் தனிமை
கடலெனும் நான்

இன்றும்
நீட்டி முழங்கி
எழுந்திருக்க வேண்டியதாகிறது
மனசில்லாவிடினும்.

மறந்துபோன கனவுகளுடன்
என்றேனும் நிகழும் விடியலுக்குள்
தீர்ந்து போன
மது போத்தல் நசுக்கப்படும்
சத்தம்

நாள் முழுமையும்
துர்க்கனவுப் பாறைகளின் இடறலில்
உன் கை நீளும்
மாயக் கனவைப்
பற்றிக் கொள்கிறேன்
எப்போதும்

உறக்கமென்பது
நினைவுகளின் விழிப்பு

மலை தரிசனம்

கூழாங்கற்கள்
விளைந்தேங்கிய
பள்ள நீரில் கிடந்தது
பெரு மலை

*

மழைத் தூறல்
அடிவாரத்து அடர்வற்ற
செடியிடம் ஒதுங்கினேன்
ஒடுங்கிச் சிறிதாக முயல்வதை
வேடிக்கை பார்த்துத்
துளியும் கருணையற்ற
கோவர்த்தன கிரி

*

தன்னிடத்தில்
மறையத் தொடங்கிய
சூரியனை
நிலவாக்கியது
உள் வாங்கிய கரடு

*

பெரிய கனிவாக
உயர்ந்த தாய்மையாக
இன்னும் வேறு வேறாகத்
தள்ளி நின்று
அண்மையில்
சற்றுத் தொலைவில்
அற்புதக் காட்சி அளித்த
பல ஆயிரம் மைல்களுக்கு அப்பால்
என்னுள் இருக்கிறது மலை
*
சுள்ளிகளைச் சேகரிக்க
வெறுங்காலுடன்
மலையேறிக் கொண்டிருக்கிறது
முது நிழல்

நினைவின் வலிகள்

அக்கம் பக்கத்தவர்களின் இழப்புகள்
இணைப் பணியாளர்களின் விபத்துகள்
நிகழ்ந்த வண்ணமே இருக்கின்றன
அவ்வப்போது துர்மரணங்களும்

நெடிய தயக்கத்திற்குப் பின்பான அழைப்பு
'Speaking to someone' இன் "else" யை
அழுத்துகிறது, பதிலாக
இழவோ, நோய்மையோ,
வந்தவர்கள் உன் செல்போன் மீது ஏறி
அமர்ந்து கொள்கிறார்கள்

வாரங்கள் கடந்த அழைப்பில்
ஏதேதோ காரணம் சொல்லுகிறாய்
மழை கொட்டுகிறது
யார் இறந்ததாகச் சொன்னாலும்
நம்பிவிடும் மழை
எனைத் தவிர்த்துச் சாரல்களைக்
கோர்த்துக் கொண்டிருக்கிறது

நிழல்களில் தங்கிவிட்டன
விரும்பிய நிறங்கள்
மூச்சுக் காற்றில்
அர்த்தமிழந்து சுழல்கின்றன
நேசித்த சொற்கள்.
அணைந்ததாய் நினைத்தது
நீறுபூத்த கங்குகளில் காத்திருக்கிறது
இணைந்தே அந்தமடைவோம்
என்றுரைத்த நம்மிடையே
தனித்தனியாகச்

சிறு மலையொன்று
மொசக்குட்டியின் மெதுமெதுப்புடன்
சிறு மலர்த் தோட்டம்
கையடக்கமான பூக்களுடன்
'சோ' வென்று கொட்டும் அருவி
மொண்டு குடிக்கும் அளவிலும்
அள்ளிப் பருகும் சுவையிலும்

சிறியதொரு புத்தகம் முன்பின் பக்கங்களற்ற
படிக்கப் படிக்க வளரும் கவிதைகளுடன்
சிறார்கள் கட்டிய மணற் கோபுரம்
நழுவாத இளகிய துகள்களுடன்
நிலச்சரிவு உருண்டோடி வந்த பாறை
வழுக்காத பளபளப்புடன்
நிலைத்திருக்கச் சாத்தியமெனில்..

அபஸ்வரத்தில் தொடங்கி
மௌனத்தில் உள்ளடங்கும்
மாயக் குதிரையின் கொம்பு

▲

என்னுள் ஒளிர்ந்து எந்நேரமும்
பிழம்புகளை உமிழ்ந்தபடியே
நிறைமுகம் காட்டுகிறது
சூரியன்
கனவுக் கதவுகளை அறைந்து சாத்தியபடியே
நொடியில் பிளந்து கொட்டுகிறது
மழை
கசையடிகள் கொடுத்தபடியே
நித்தியத்துவத்தைக் கடத்த முயல்கிறது காலம்
வெள்ளைக் காகிதம் நிரம்ப
எழுதித் தள்ளுகின்றன
விழுங்கிய தூக்க மாத்திரைகள்

நூல் ஏணிகள் அறுபட்டு
மிதக்கும் பாறைகள் நிரம்பிய
என் அந்தரத் தோட்டம்
பூமிக்கு வெளியே
சிதறியபடியே நிகழ்கிறது

காய் விட்டது
பறித்துக் கனியாக்கினேன்
கனி விற்றுப் பொருள் ஈட்டினேன்
ஈட்டிய பொருள் கொண்டு தேவை பெருக்கினேன்
பெருகிய தேவைக்குக் காய்த்த மரம் தேடினேன்

துளியளவு நிழல் குறையவில்லை
பழுத்த மரம்

மகனே,
சுவரில் மாட்டப்பட்டிருக்கும்
இந்த ஓவியம் பாட்டன் காலத்தியது என்று
என் தாத்தன் சொன்னார்
அவருக்கும் அவரின் தாத்தன் சொன்னதாம்
அதோ
ஓவியத்தின் வலது மூலையில்
தினவெடுத்த தோளுடன் இருப்பவர்
உன் பூட்டன்
நடுவில்
திசைமுழுக்கப் பார்வையை
வியாபித்திருக்கிறாரே
அவரே
ஆதித்தாய்
முதலில் காணுற்ற போது
இந்தளவிற்கு இரைச்சலில்லை
தூரத்திலிருந்து அகவல் ஒலியும்
சிற்சில பரபரப்பும் நிலவியது
தாத்தனுக்கு ஒளி ஒலியுடன் வாசனையும் சமீபத்திருந்தது

என் பால்யத்தில்
முதன் முதலாகச் செல்கள்
அரிக்கத் தொடங்கியிருந்தன
இன்று கரையான்கள் கூடாரமிட்டு இருக்கின்றன
கோடரி கொண்டு
பாளங்களாகப் பிளந்து எடுப்போம்
விரைந்து வா...

▼

எல்லை வீரன்

பாறைகளின் இடையே
துளிர்த்த
பச்சை நடு நரம்பில்
துளியூண்டு பூ
எனை
அசைவற்று
நிற்கச் செய்தது

*

வை'னோடு
கொஞ்சம் உணவிருக்கிறது
போதவில்லை என்றால்
நேற்றிரவு இறந்து போன நண்பனின்
வைன் எடுத்துக் கொள்ளலாம்

*

இரவை சுருட்டாக்கித் தலையில்
பற்ற வைத்தேன்
பகல் புகையானது

*

கண் எட்டிய தூரம் வரை மழை
அப்பாலிருந்து
எனை நோக்கும் பார்வை
யுகங்கள் கடந்தும்..

மலையின் வாசனை பச்சை
பாறையின் வாசனை ரத்தம்
நனைந்த மண்வாசனை ஓடும் ஆறு

மழைக்கு மகனின் பால்குடி வாசனை
வெயிலுக்கு மகன் எரிந்த உடல் வாசனை
ஓடிப்போன அவன் அம்மாவுக்கு மருதாணி வாசனை

எவ்வித வாசனைகளுமின்றி நீலத்தின் இழுவையாகிறது வானம்
ஆடைகளற்ற என்னுடலில் நட்சத்திரங்கள் வாசனை
பூக்கச் செய்கின்றன

*

எதிரிக்கு முகம்
என் நிலத்திற்குப் புறம்
என்பது
விந்தையானது

*

மூன்று மாதங்களுக்குப் பின்
பதப்படுத்தப்பட்ட உடல்
சொந்த ஊருக்கு
அனுப்பி வைக்கப்பட்டது
குறிப்புகள் ஏதுமின்றி

இறந்தவனின் இறுதிக் குறிப்பு :
'என் உடல் கண்டடைந்தால்
ஆடையின்றி ஆயுதங்களின்றிப்
புதையுங்கள்.
அல்லது
நரிகளுக்கு வீசி எறியுங்கள்'

*

எல்லையின்
மெய்நிகர் கோட்டில் நின்றவனின்
கண் அயர்வு
இழுபடுவதிலும் தள்ளப்படுவதிலும்
மதில் மேல் பூனை
ஆனது

*

முன் பின் ஏதுமற்ற
பிரக்ஞையில்
நிலம்
புள்ளியாகிப் பறந்து கொண்டிருக்கிறது

*

தலை தெறிக்கக்
துரத்திய நாய்
எல்லைச் சாமி
வந்தவுடன் நின்று
குரைக்கத் தொடங்கியது

சிலையைத் திரும்பிப் பார்க்காமல்
நடந்தான்

"நினைத்து விடுகிறது மட்டுமே" என்கிறது

அலங்கோல அறைக்குள் எந்த நிமிடத்திலும்
எந்த இடத்திலிருந்தும் நெளிந்து கடக்கும்
கருநிறப் பாம்பு வாழ்கிறது

இங்கே பெரும் வனாந்திரம் வரப்போகிறது என்றும்
தசைகளை அறுத்து எடை போட்டவனின் காலம் எதுவென்றும்
கேட்கிறது

உள்ளாடைகளைக் களையும் போது பெருமூச்சு
வலுத்துப் பெய்யும் மழையில்
காஃபி வித் ராஜா கேட்கிறது

சட்டென்று காப்ஃகாவின் உருமாற்றம்
நினைவுக்கு வர
கண்ணாடி முன் நின்றோம்
இருவருமே தெரிந்தோம்

புலால் உண்பதில்லை

கலவிக்கு அழைத்து வந்தவர்களில்
பெண்கள் எழுவதற்குள் கிளம்பி விட்டதாக நம்பினேன்

"பெண்கள் புலால் வகைமையில் வருவதில்லை, நண்பா"
எனும் வரை..

▼

அவளுக்கு ரோஜா பிடிக்கும்

சுவரின் வண்ணம்
படுக்கை விரிப்பு
தலையணை
இறுகக் கட்டிக் கொள்ளும் பொம்மை
குளியல் சோப்பு
துவட்டும் பூத்துவையல்
ஹேர் கிளிப்
நகப்பூச்சு
உதட்டுச்சாயம்
பென்ஸ் கார்
எல்லாம் ரோஜா நிறம்.

தான் சிரித்தவுடன்
ஆயிரமாயிரம் ரோஜாக்கள்
பூத்துக் குலுங்குவதாய்ச் சொல்லுவாள்
ரோஜாக்கள் குளிரக் குளிரச் சிரிப்பாள்

உடைகள்
கடிகார வளையல்கள்
செருப்புகள்
ரோஜா நிறமாய் வாங்கிக் குவிக்கிறாள்

முன் பின் பிறவிகள்
தான் ஒரு ரோஜாவென்றும்
இன்றைய நாளில்
பெண் ரோஜாவென்றும் கூறுவாள்

எந்நேரமும் அவளிடமிருந்து
ரோஜா மணந்தது

தூக்கிட்டுக் கொண்டதாகச் சொன்ன
அன்றும்
ரோஜா பூத்த ஆடை
அணிந்திருந்தாள்.
உடல் அகற்றிய போது
மலர்ந்து கிடந்தது
ஒரு ரோஜா

பதங்கமாதல்

வெக்கைப் பேருந்தினுள் எலுமிச்சைப் பெண்ணொருவர்
பச்சை வெள்ளரியை
முன்பின்பாக நடந்து கூவி விற்க முயல்கிறார்.
மாம்பழ அம்மாவிடம்
கிளை நீட்டிக் கேட்கிறது வெண்டைப் பிஞ்சு.

எலுமிச்சை இலவசமாகத் தந்த பசேலென்ற பாம்பைத்
தலை வால் கிள்ளித் தருகிறார் மாம்பழம்

ஒடிந்த பாம்பு
வெண்டைப் பிஞ்சின் வாயில் நலுங்குகிறது

விஷவெக்கை முறிந்து
பேருந்து முழுமையும் குளுமை நிரம்புகிறது

▲

என் அடைசலில் உருவாகிய கொசு உன்னைக் கடித்தது
உன் நிரவலில் வளரும் பூனை என்னைப் பிறாண்டியது
வேட்டை நாய்களை ஏவினேன்
பசித்த புலியின் கூண்டு திறந்து விடுகிறாய்
ஆற்றின் வழித்தடத்தில்
நாம் அமைத்த வீட்டினை நோக்கி
ஒற்றை யானை வந்து கொண்டிருக்கிறது

▼

வருவதாகச் சொன்ன நேரத்திலிருந்து
ஐந்து நிமிடம் தவறியிருந்தேன்.
நேரம் தவறாமை குறித்து, தேவதைக் கதை சொன்னாய்
மேலும், தேவதையாக உருப்பெறும் உபாயம்
நேரம் தவறாமையில் இருப்பதாக விளித்தாய்
இன்று
நீ தவறிய சில மணி நேரங்களுக்கு
ராஜா கதை கேட்கக் காத்திருக்கிறேன்

என் கிளை மீது
வந்தமர்ந்த பறவை
இளைப்பாறிய பின் பறக்கிறது
மீண்டும் இளைப்பாற அமரும் வரை
பின் தொடர்ந்து செல்லும்
என் கிளை

கனவுகள் விற்பவன்

ஒவ்வொரு நாளையும் ஒரு வட்டத்துக்குள் கடக்கிறேன்
நேற்றைய வட்டத்தின் உட்புறச் சுவர் மஞ்சள்
முன்தினம் கரும்பச்சை
அதற்கும் முன் அடர்நீலம்
'அதெல்லாம் வேண்டாம்'
மத்திம வயதுப் பெண்
கதவைத் சாத்தும் இன்றைக்குக்
கருப்பு
என்றென்றைக்கும் என் கனவுகள்
வெளுத்த சாம்பல் நிறத்திலானவை

நடையுடன் விடியலையும்
தோளசைவுடன் நீச்சலையும்
சுவாசத்துடன் நிலைப்படுத்தலையும்
சீரற்ற தேகத்துடன் சீர்படுத்தலையும்
முயல்கிறேன் தினமும்

இயங்குதலை மறுப்பவர்
அனுமதிப்பவர்
ஒரு சேர
நேற்றாயினர்.

கனவில் வந்த சிவன்

கனவில் வந்த சிவன்
தேடிக் கண்டறியா நகரத்துள் அழைத்துச் சென்றான்
காடுடைய சுடலைச் சாம்பல் பூசி வீதியில்
அங்கம் உருண்டான்
வீணை மீட்டி
ஒரு தெரு
உடுக்கை ஓங்கி ஒலிக்க
புறத்தே
ஆனந்த தாண்டவமிட்டான்
பம்பை முழங்க
ஒரு தெரு
பறையடித்து
ஒரு தெரு
நிலமதிரக் கொடுகொட்டி ஆடலுடன்
ஒரு தெரு
சேகண்டியுடன் சங்கொலித்து
சலனமற்று நடந்தான்
இசைக்கும் ஓசை பலப்பல
தெருவின் இசை பலப்பல

நடை தளர்ந்த பொழுதில் தேடிக் கண்டுகொண்டேன்
தெருவின் தேர்வே இசை
இசையின் தேர்வே சிவன்
கனவின் தேர்வு நான்

புறக்கணிப்பின் சொற்கள்
முன்னிரவு கடந்தும் சொட்டுச் சொட்டாய்
எதிரொலிக்கிறது
கனவுக்குள் நுழையும்
அடர்வுடன் ஊளையிடும் குரல்கள் இலகுவாகின்றன
சிறகுதிர்வின் சப்தங்கள்
வெட்டப்பட்ட நாளங்களில் வழியும் குருதி உறையவில்லை
இழப்பொன்றுமில்லை
என்னை என் பக்கம் சாய்த்திருக்கிறாய்

▲

தொற்றுச் சிதறல்கள்
(மறைக்கப்பட்ட மரணங்கள் முன் — பின்)

நித்தியத்துவத்திற்கு முடிவுரை எழுத முற்படுகிறேன்
நித்தியத்துவமானது முடிவுரையாகிறது.

***

பெருகி வளர்ந்தவை
புரண்டு கிடக்க
நுண்ணுயிர் போதுமானதாக இருக்கிறது

***

சுவாசித்த இறுதி மூச்சில் பல்லாயிரம் நுண்ணுயிர்கள்

***

நாளொன்றுக்குச் சில மணித்
துளிகள் கூடுதலாக
வேண்டியவர்களுக்கு
பேரிரைச்சலுடன் கடல் ஆர்ப்பரித்து அடங்குகிறது

***

இவ்வளவு
அடர்வுடன் அழுத்தத்துடன்
கேட்டதில்லை
இசை

***

எல்லோரும் சப்தமிடுகிறார்கள்
அலறலில் கரைந்து போகிறது
துக்கத்தின் தனித்துவம்

***

காதுகள் என்று கால்களைப் படித்து விட்டேன்
கேட்கத் தொடங்கிய கால்கள்
காதுகளை வழி நடத்துகின்றன

***

விலகி நின்றாலும் தனித்து இருந்தாலும்
விடுவதாகயில்லை
மரணம்

***

கொலைகள் தற்கொலைகள்
மீதான அபிப்பிராயங்கள்
அபிமானமாகின்றன

***

'மூச்சுப் புடுச்சு உள்நீச்சலடி கண்ணு' கிணற்றடியில் அப்பாவும்
'மூச்ச நல்ல இழுய்யா' சாம்பிராணிப் புகையிட்ட அம்மாவும்
அடுத்தடுத்து இறந்து போனார்கள்
சுவாசப் பற்றாக்குறையினால்

***

தகனத்திற்கு இன்னும் சில நிமிடங்களே இருக்கின்றன
அதற்கு முன்
அடையாளம் கண்டு கொள்ள வேண்டும்
எந்தையும் தாயும்

***

சிறு வயதில்
மின்விசிறி ஓடிக்கொண்டிருந்தாலும் வியர்த்துக் கொட்டும்
எனக்கு,
அம்மா பெயரிடுவார் 'காத்தைக் குடிப்பவன்'
பிடி மூச்சுக்கு வக்கற்றவனானேன்

***

'மாமனோட மனசு மல்லியப்பூ போல..'
யாருடைய அலைபேசியோ ஒலித்தது

சட்டென்று திரும்பிப் பார்த்தவளின் கண்களில்
சுவாசப்பற்றாக் குறையினால்
இறந்த மாமன்வந்து போனான்

***

மௌனங்களை மொழி பெயர்த்தவன்
வார்த்தைக்குள் தடுமாறி விழுகிறான்
வார்த்தைகளால் அர்த்தம் புரிந்தவன்
புத்தனை வெறுமனே பார்த்துக் கொண்டிருக்கிறான்

இருள் திறக்கும் வெளிச்சங்கள்

கிளிகள் பேச்சு சமீபமாகிறது
பகல் நெகிழ்த்தும் மயில் அகவலில்
இரு குருவிகள் வீடு நுழைய

பதறி மின் விசிறி நிறுத்துகிறோம்
தெரு மரங்கள் நிழல் பசுமையாகி
இலைகள் பழுப்பு துறக்கின்றன
பூனை கடக்கும் நிதானமான தெரு
நாய்கள் குரைப்பு ஊளையாகும் அரவமற்ற நிசி
பெய்த மழையின் குளிர்ச்சி
இரண்டு இரவுகள் நீடித்தது வியப்பளிக்கிறது
உறக்கமில்லை என்பது தினப்படி
சோர்வில்லா இருள் திறக்கப்போவது
எத்தனை வெளிச்சங்களையோ?

▲

அலைவுறுதல்

மிருகங்கள் மிருகங்களாய்
சமயங்களில்
மிருகமாய் இல்லாத
அலைவுறுதலில்
நானும் நீயும்

*

கிழித்தெறிகிறேன்
பக்கம் பக்கமாகப்
படபடத்து அலைவுறும்
அந்தத் துணுக்கின்
ஒரு சொல்லே
எழுதித் குவிக்கிறது
எண்ணற்ற
பொழுதுகளை

*

ஆற்றில் நீள அகலமாய்
கடலில் அகண்டமாய்
வானத்தில் மேல் கீழாய்
கானகத்தில் குறுக்கும் நெடுக்குமாய்க்
காற்று
அலைவுற்ற காலம்
தீயில் தீண்டும் இன்பமாய்

*

ஏறாத மலை மேல்
ஏதேனும் கோடுகள் கிறுக்கல்கள்
தேடி அலைவுறும் நிகழ்வை
நிர்மூலமாக்குகிறது
சென்றடையும்
வெற்று

▼

மிக நீண்ட தூரம்

விருப்பக்குறியும் நிலைத்தகவலும்
இருத்தலைத் தெரிவிக்கும்
காலமிது
இறப்பில் தொடங்கி
இறப்பில் முடியும்
இந்நாட்களைக் கடப்பதற்கு
கள்ளச்சாவி ஏதேனும் உண்டோ?
எங்கெனவும் இருக்கும் காற்று
நிரப்ப முடியாத பிடிமூச்சு
எண்சாண் உடம்புக்கு நுரையீரலே பிரதானம்
காற்றின் உருவம் என்னுயிர்

இவ்வுலகின் மிக நீண்ட தூரம்
மூக்கிலிருந்து நெஞ்சாங்குழி வரை

வட்ட வடிவப் பயணம்

அடர்ந்த இரவில் உறங்கும் குழந்தை
நீண்ட பயணம் செல்கிறது
நீண்ட இரவில் உறங்க முற்படும் நாம்
வட்ட வடிவப் பயணத்துக்குள் நுழைகிறோம்

*

ஆழ்ந்த இரவின் உறக்க எல்லையில்
ஒரே சமயத்தில் இரண்டு கனவுகள்
ஒரு கனவில் நானும்
ஒரு கனவில் உறக்கமும் கனவு காண்கிறோம்
அக்கனவுக்குள் நித்தியதுயில் கொண்ட நீங்கள்

நகரும் நத்தைக் கொம்பின் மீதான பனித்துளிக்குள் பால் வீதி

*

ஒரு முறையேனும் ஓசை எழுப்பாமல்
இரவுக்குள் நுழைந்து விட வேண்டும்
இரவு நுழைவது போல்

▼

பசியாற்றும் மான்
பசியுடன் புலி
சூன்யத்தில் அமைதி
உறைகிறது

அறிந்த அறியாத அனைத்தும்
காணாமல் போகின்றன—தோன்றி மறைகின்றன—மலர்ந்து
உதிர்கின்றன

மலை சுரந்த சுனை நீர்
மைல்கள் கடந்து வந்தமரும்
நறுமணத் துயில் நகரம் செல்கிறது
பறவை

கதிரொளிகள்
முளைக்கும் பக்கங்களில்
விழித்தெழுகிறது பூமி
மிக மெதுவாக

▲

நாணயத்தைச் சுண்டி
உள்ளங்கைகளில் மறைக்கிறேன்
மலர் தொடுக்கவே விருப்பம்
உள்ளங்கை விரியாமல்
கணமொன்று மலர்கிறது

விலகிய கனவும்
கைகோர்த்து உலாவிய பகலும்
பரிமாறிக் கொண்டன
தத்தமது விடுபடுதலை

வெள்ளை வெளேரெனத்
தியான அறை
கிடக்கிறது
ஒரு சிலந்தி

மேற்சுவர்
இல்லாத வீட்டில்
கொல்லைப்புறம்
முடிந்தும் முடியாமலும்
தொடங்கி விடுகிறது
வாசல்

பூப்பதா உதிர்வதாயென்று
பனியிடம் கேட்கிறது
மரம்

தற்கொலைக்கு முடிவெடுத்துக்
கொலை செய்யத் துணிகிறேன்
கொலை
கொலைகள்
கொத்து கொத்தாய்க் கொல்வதற்குச்
சரியான வழி யுத்தமென
பலனாகக் கிடைக்கும்
சிதிலமடைந்த நகரங்கள்
அடையாளம் சிதறுண்ட தேகங்கள்
என்பதை நினைவிலும் சகிக்காமல்
தற்கொலையுண்டேன்
புனிதம் தழுவிக்கொண்டது

▲

கவிதையில் ஒரு மரம் வரைகிறேன்
கவிதையில் ஒரு தோப்பு வரைகிறேன்
கவிதையில் கானகம் வரைகிறேன்

முதல் வரி எழுதுவதற்கு முன்பிருந்த பறவை
திரும்பி வந்தபாடில்லை

விடைபெறாதது குறித்தெல்லாம் வருத்தப்படத் தேவையில்லை
ஈமச்சடங்குகளில் குழப்பங்கள் இருக்கப் போவதில்லை
சிதையின் சாம்பல் காற்று கரைக்கும்
மிச்சமான எலும்புத் துண்டுகள் அவசரமாய்
அப்புறப்படுத்தப்படும்
நிலுவைத் தொகையையும் மீதமிருந்தவற்றையும்
என்ன செய்வதென்று அறிந்திருப்பீர்கள்
குறிப்பாக இறப்புச் சான்றிதழ்.
தாழ்மையான ஒரே ஒரு வேண்டுகோள்:
அலைபேசியில் சேமிக்கப்பட்ட
எல்லா எண்களையும்
சோதித்துவிடுங்கள்
குறைந்த பட்சம்

▲

உருண்டோடும் மூன்றாம் உலகம்

சின்னஞ்சிறிய சிவப்பு நிறப்பந்து
உன் இடது பிஞ்சுக் கையில் கச்சிதமாய் பொதிந்திருந்தது
'கேட்ச்' என்று என்னை நோக்கி வந்ததைத் தவறவிடுகிறேன்
கரைபுரண்டு ஓடும் நதியின் குளிர்ந்த கூழங்கற்கள்
வந்தடைகின்றன
அடுத்ததாக மூவண்ணப் பந்தை
வலது பிஞ்சிலிருந்து எறிய
தவறவிடுகின்றேன்
மிதக்கும் நந்தவனத்தில் பதினோரு துளை புல்லாங்குழல்
வாசிக்கக் கேட்கிறேன் மாயா

உன் இரு கைகளிலும் பிடித்து எறிந்த
பலவண்ணமுள்ள பந்தை
சரியாகப் பிடித்த நொடியில்
கிடுகிடு
பள்ளத்தாக்கு நோக்கிப் பெரும்
பாதரச குண்டு
இழுத்துச் செல்கிறது இவ்வுலகை

(சோலைமாயவனின் மாயாவிற்கு..)

உன்னில் பயணிக்கும்
எல்லாவற்றிலும் ஏற்படும்
சலசலப்பு ஓய்ந்தபாடில்லை
குறுகிய கரைகள் மீறி
அகண்ட பரப்பில் நிதானமாக
உயர்ந்த மேடுகள் மீதேறி
செல்வதைக் கவனிக்கும் என்னை
அசட்டையாகப் பார்க்கிறாய்
தீராத தாகத்தைத் தீர்த்துக் கொள்ள
அவ்வப்போது எனைக் களைந்து
சன்னமாக மிதக்கவும்
மூழ்கித் திளைக்கவும்
அனுமதிக்கும் வரை
குறையொன்றுமில்லை
குறையொன்றுமில்லை

ஒழுங்குகளாக நீ நம்பும்
எல்லாமும் என்னை இறுக்கிப்
பிழிந்து சுருக்கியிருந்தன
வெளிப்பட்ட கணத்திலிருந்து.
உன்னுள் குடியிருந்த பொழுதில்
என் ஜன்னல் திரைச்சீலைகள்
ஆடும் ஒவ்வோர் அலைவிலும்
கீச்கீய்ச்யெனக் கிரீச்சிடும் குருவிகள்
கீக்கீக்கீயென கிளிக் குஞ்சுகள்
பறத்தலின் தன்மையைப்
பரப்பிப் பறந்தபடியே இருக்கின்றன...
விட்டு விடுதலையாகி
விட்டு விடுதலையாகி
விட்டு விடுதலையாகி

▼

மாயச் சித்திரமான
வெடித்து விடுபட்ட
மௌன இன்சொல்
காற்றில் விட்டு விடாமல்
தலைக்குள் சுழல
எண்சாண் உடலின் குருதி பருகி
இரட்டிப்பு அடைந்து
ஒன்றுடன் ஒன்று
உரசிக் கொள்ள
செஞ்சிவப்புப் பொறிகள்
காட்டில் பரவுகின்றன
வெந்து தணிந்தது காடு
வெந்து தணிந்தது காடு

▲

லாவா

நதியாக வேண்டும்
மூச்சிரைக்கும் நதியாகிறது கடல்
மலராக வேண்டும்
தேனீக்கள் அண்டாத
ரோஜாவாகிறது தோட்டம்

பறவையாக வேண்டும்
வேட்டையாடும் கழுகாகிறது காடு
மலையாக வேண்டும்
பசுங்கனியற்ற மலையாகிறது எரிமலை
பூச்சியாக வேண்டும்
இறகற்ற பட்டாம்பூச்சி ஆகிறது

அந்த மலையின் சுவாசம்
மனிதனாக வேண்டும்
மனிதனாக வேண்டும்
மனிதனாக வேண்டும்

▼

கதிரொளி எழும்
கடல் அனுப்புகிறாய்
காணொளியில்
பிடித்த பாடலைக் கேட்பது போல
பல முறை பார்த்தபடியிருக்கிறேன்.
கொட்டும் வெண் மலையருவி முன் நின்றபடியே சுயமி அனுப்புகிறா ப்.
தோள் நழுவிய கூந்தலில்
வனத்து இருள் தெரிந்த
ஓவியக் கண்காட்சி நிலவறையிலிருந்து உன் அலைபேசிக்கு அழைக்கிறேன்
'ஏதோ செய்கிறாய்,
எனை ஏதோ செய்கிறாய்'
முப்பது வினாடி பாடி ஓய்கிறது.
சந்திப்பதாக வாக்குறுதி அளித்த நாளின்
நெரிசலில் நறுமணம் பரப்பி
நினைவில் மலரொன்றாக மிதக்கிறாய்
அரங்கம் மூடப்படுகிறது

மேலே சொருகும் பசியின் கண்கள்
நடுப்பகல் வெக்கையில் ஊடாடிச் சோர்வுறுகின்றன.
வாசல் கதவுகள் அகலத் திறந்த நிலையில்
கூடத்தில் பாய்ந்த வெளிச்சம்
குவிக்கப்பட்ட அழுகல்களைக் காட்சிப்படுத்துகிறது.
தோற்ற மாயை தருவிக்கும் தருணங்களின் எண்ணிக்கை
அதிகமாகிறது.

வார்த்தைகளைப் புறந்தள்ளி
அனுதாபங்கள் கரைக்கும்
ஒரு பார்வை தந்து விட முடியும்

சில தெருக்கள் கடந்து
மரத்தில் மிச்சமிருக்கும்
இலை ஒன்று உதிர்கின்றது
நீயிருக்கும் திசை நோக்கி

▼

முற்றிலும் விலகின
மெதுவாக நழுவும்
கோர்த்த விரல்கள்.

பாரம் சுமந்து
தோள்கள் இளைப்பாற
திறந்து கிடக்கும் வானில்
மறையும் பறவையொன்று
வெகு தூரத்தில்
மற்றொரு மேகத்திலிருந்து
விடுபட்டுப் பறந்தது

▲

திரையரங்கம் நிறைந்திருக்கிறது
வெண்திரையில் வண்ணமயமாய்க் காட்சிகள்
காட்சிகளுக்கு ஏற்றாற் போல்
வெளிப்படும் முகபாவனைகள்
பார்ப்பவர்களின் பாவனைகளை
நாமிருவரும் பார்த்துக் கொண்டிருக்கிறோம்
சிலவற்றில் இணைந்து
சிலவற்றில் மாறுபட்டு
சிலவற்றில் விலகி
சிலவற்றில் நெருங்கி..
காண்பதை நிறுத்தப் போவதில்லை
காட்சிகள் முடிவற்றவை

(கவிதைக்காரன் இளங்கோவிற்கு..)

▼

கைகோர்த்த கனவு

நெருங்கியும் விலகியும்
பழுப்பு பச்சை மர நிழல்
ஓடும் ஆற்றின் சலசலப்பு
அருகமை கேட்கும் அகவல்
சொல்ல முடியாத
நறுமணக் காற்றின் குளிர்.
நத்தையாய் நகரும்
முயல் வடிவ மேகமொன்று
இரக்கமுள்ள ஒளியை
உலகமெங்கும் கிடத்தி
நிமிர்ந்தும் ஒருக்களித்தும்
பரப்பும் நிலவு
சடுதியில் அடிவானத்தில் தொடங்கி
நெடிதுயரும் மின்னல்
நிலமும்
நம் கனவும்
பிரிந்த காரணம் ஊகித்தறிய
இயலாத கணத்தில்

நம்மில்
திறந்து பார்க்கப்படாத பக்கங்களில்
நூற்றாண்டுகளாய் உறைந்த தூசி
அப்பாலுக்கும் அப்பால் விண்மீனாய்
முகிழ்க்கிறது

▲

கடலில் மிதக்கும் நான்காம் பாகம்

பல்லாயிரம் உயிர்களை
வாரிச்சுருட்டியதைச் சொல்லிச் சொல்லி
கழுத்தறுக்க வேண்டும்.
கடலின் கழுத்துயெது

லட்சக்கணக்கான உயிர்களைச் சுழற்றியெரிந்ததைக் காண்பித்து
மாறுகால் மாறுகை வாங்க வேண்டும்
காற்றின் கை கால்யெது

பெருகியோடும் குருதி வெள்ளத்தின் வீச்சம்
நுகரவைத்துச்
சங்கு அறுக்க வேண்டும்
நதியின் முகமெது

எண்ணிக்கையற்ற உயிர்களைப்
புதைத்துக் கொண்டது குறித்த கேள்வியுடன்
தலை கொய்ய வேண்டும்
நிலத்தின் தலையெது

மிதக்கும் முழுநிலவு
அலையாடும் கப்பல்

கடல் பார்ப்பது எவ்வளவு ஆனந்தம் நண்ப..

*

இங்கிருந்து தெரியும் கடலசைக்கும்
கப்பலுக்குள்
வாழ்நாட்களைக் கழிக்க வேண்டும்

மாலுமிக்குத் தெரிந்திருக்கிறது
நகரத்தில் சுவையான தேநீர் கிடைக்குமிடம்

*

நீள்வெளிச்சப் பாதையைச் சுழற்றியடிக்கும்
கலங்கரை விளக்கு
சிறிதும் பெரிதுமாய் மின்னொளி புள்ளிகள்
தீப்பொறி சிதறும் சோளக் கதிர்கள்

நடந்தும் அமர்ந்தும் பேசிக்கொண்டும் உணவருந்தியும்
தனித்தும்
அலைபேசி மனிதர்கள்
இளைப்பாறும் குதிரைகள்
மோந்து களைத்த மூச்சிரைக்கும் நாய்கள்
ஒருக்களித்தும் ஒய்யாரமாகவும் படகுகள்

மூன்று பாக கரிப்பு கடல் அலை
நுரை குமிழ்களை
மிச்ச நிலத்தின் கரைகள்
வெண்மையாய் உடைக்கின்றன

மீண்டும் மாலுமி வான் பார்க்கிறார்
நட்சத்திர இடைவெளியை நோக்கியபடியே..

(அகரமுதல்வனுக்கு..)

▲

நிறை அல்லது வெளியேறு

ஒண்டிக்கொள்ள இடமில்லாது
ஒரு வேளை உணவின்றித்
தொண்டை வறண்டு
சுவாசிக்கத் திணறிய போதும் இப்படியில்லை

நாய்களின் ஓலம் கேட்காத
ஒரு நள்ளிரவில்
அரவம் மெலிந்தது
துன்பப்பட்டுக் கிடக்கும்
ஒரு கணம்

எங்கெங்கு காணினும்
ஓயாத அலையோசை
ஒவ்வொன்றுக்கும் இடையில்
நடுக்கடல் அமைதி
நிசப்தமாகித் தன்னுள்
ஆழமாக சுவாசித்த பின்
ஏகாந்தமாகும் இமைகள்
வெக்கையை மறக்கடிக்கின்றன

எங்கும்
பூரணமாய்ப் பூத்திருக்கும்
அந்தகாரம்

▲

ஓடிக்கொண்டிருக்கும் என்னுடைய நதி

நமக்கான கூடல்துளிகள் கொண்டு மழை உருவாக்குகிறேன்
மழை ஓயாமல் பொழிந்து கொண்டிருக்கிறது.
மலைகள், மரங்கள், கடல் என்று எங்கெங்கும்
மாமழை

பெருக்கெடுக்கும் நதிக் கரையில் நின்று கொண்டிருக்கிறேன்
காணும் நீங்கள்
உங்கள் ஊரில் ஓடிக்கொண்டிருந்த நதியை
நினைத்துக் கொள்கிறீர்கள்
அந்த நொடியே
திருடிக் கொண்டதான குற்றச்சாட்டையும்
அதற்கு இந்த நதியே சாட்சி என்கிறீர்கள்
மறுதலித்தவனை
'நானே உருவாக்கியது' என்று பொய்யுரைத்ததாக
மூழ்கடிக்கப்படுகிறேன்

என் நதி என்னைக் கொல்லவில்லை

மறுகரை ஏறியவுடன்
முன் உடுத்திய பருத்தி ஆடை கொண்டு
வானம் செய்கிறேன்
நிலமெங்கும் வானம் நிரம்பிக் கிடக்கிறது

நீ
சுட்டிய என் கீழ்மைகள்
முன்பொரு நாளில் உன் வானில்
ஏற்றி வைத்த நட்சத்திரங்கள்
சுமத்திய பழி பாவங்கள்
அதி அற்புதமான பறக்கும் விளக்குகள்

உன் காலணிகள் எனக்குப் பொருந்துவதில்லை.
இரவின் வெளிச்சம் வானில் இல்லை

குழந்தைகள்
உயிரூட்டிய மரங்களில் செய்யப்படும்
சிலுவைகள்
தூக்கு மரங்கள்
ஒருபோதும்
இரட்சகர்களைக் காப்பாற்றுவதில்லை

▼

ஒரே முகாமில்
உலாவியதும் உறங்கியதும்
நினைவிலாட,
தழுவிட வரும்
உன்னிடத்தில் சொல்ல நினைப்பது
"எனது போர் வேறானது
நெருங்காதே, தப்பித்துக் கொள்".

▲

சமீபத்தில் பிரிந்த
காதலியின் பிறந்த நாளைக்
கடப்பது குறித்து நள்ளிரவுக் கவிஞனின் கையேடுகள்
ஏதேனும் கிடைக்கின்றனவா?
அடுத்த வருடத்திற்குள்
நேற்றிலிருந்து நாளைக்குத்
தாவுவதற்கு
மந்திரம் கற்க வேண்டும்

வலியோடு முறியும் மின்னலை
இணைக்க வழியேதும் உண்டாவென
பிரான்சிஸ் கிருபாவிடம் கேட்டிருக்க வேண்டும்

தனித்துக் கிடப்பது குறித்தெல்லாம்
ஏகப்பட்ட குறிப்புகள் பெருகிக் கிடக்கின்றன.
முதல் கலவியின் பின்னணியில்
ஒலித்த பாடல் கேட்க நேரும்
தருணங்களைத்
கடக்க உதவும் கடவுச்சொல்
காலாவதியானதொரு நாளில் கிடைக்கிறது

▼

கருப்பு வெள்ளைப் புகைப்படம்

பழுப்பேறி
திட்டுத் திட்டாய்ப் புள்ளிகள்
திரைச்சீலையில் அலங்கார வளைவு
நீள்மேசையில் காகிதப்பூ
படியவாரிய தலை
முழுக்கைச் சட்டை பேண்ட்
ஹெச்எம்டி கைக்கடிகாரம் தெரிய முன் கைகள் கட்டி
நின்றிருந்தார் அப்பா
கால் மேலிட்டு
சகல சௌபாக்கிய நகைகளையும் அணிந்து
அமர்ந்திருந்திருந்த அம்மா
வண்ணமாயிருந்தார்
அப்பாவின் உடல் கிடத்தப்பட்ட நாளில் கண்ட வண்ணமது

▲

வளரும் புத்தர்

வரவேற்பறையில்
கையளவுச் சட்டகத்தில்
இமைகள் மூடிப் புன்னகை குமிழ
ஒளி வட்டம் பொருந்திய புத்தர்

ஐந்து வயது வரை பேச்சு வராமல்
முடி முளையாத தலையுடன்
புத்தனைப் பார்த்தபடியே
அமர்ந்திருப்பேன் என்று அக்காமார்கள் சொல்லுவார்கள்
சத்தமாக நான்கைந்து முறை அழைத்த பின்னர்
மெதுவாகத் திரும்பிப் பார்ப்பேன் என்று
அண்ணன்கள் சொல்லுவார்கள்
முதல் முறை சொன்னவுடன்
திரும்பிப் பார்த்திருக்கிறேன்
"புத்தம்.. சரணம்.. கச்சாமி"

என்றோ செல்லும் சுபகாரியங்களுக்கும்
அடிக்கடி வட்டிக்குப் பணம் கேட்கச் செல்லும் போது
சில நொடிகள் புத்தரைப் பார்த்தபடியே முணுமுணுப்பார்
அம்மா
"புத்தம்.. சரணம்.. கச்சாமி"

குலச்சாமிக் கொடைக்குச் செல்லும் போது
தவறாமல் அனைவரையும் கும்பிட்டு வரச் சொல்லுவார்
அப்பா
"புத்தம்.. சரணம்.. கச்சாமி"

அக்காவை பொண்ணு பார்க்க வந்தவர்களின்
பொதுவான கேள்வி: "எதுக்கு மாட்டி வச்சு இருக்கீங்க?"
இலவசமாகத் தந்தார்கள்
"கழட்டிடுங்க"

திருமணத்திற்கு முதல் நாள் அன்று
மூன்றாம் அக்கா ஓடிப்போன
சில நாட்களில் தூக்கிட்டு இறந்தார்
மூத்த அக்கா

வீடு மாற்றியும்
உத்திரத்தில் தொங்குகிறது
"புத்தம்.. சரணம்.. கச்சாமி"